கற்றாழை கனவுகள்

A TAMIL POETRY
COLLECTION BY NAGES

நாகேஸ்வரன்

முன்னுரை

பல வருடங்களாக நான் எழுதி வந்த புதுக் கவிதைகளை தற்பொழுது சீர் செய்து ஒரு நிலை படுத்தி அதை மின்னூல் (EBook) வடிவில் வெளியிடலாம் என்று அவா கொண்டு இப்பாடல்களை தாழ்மையுடன் முன் வைக்கிறேன்.

எனக்கு முதலில் இந்த செயலை ஆதரித்து உர்சாகமூட்டிய திரு. அருண் இராஜேந்திரன் அவர்களுக்கு என்னுடைய ஆழ்ந்த நன்றியை தெரிவித்துக்கொள்கிறேன்.

என் வாழ்க்கை பாதையில் என்னை மிகவும் கவர்ந்த கவிஞர்களும், ஞானிகளும் பல உண்டு. அவர்களில் முதன்மையானவர்கள் யார் என்று வியம்பினால் இவர்களை கறிப்பிடலாம்: வள்ளலார், பட்டினத்தார், கபிலர், திருவள்ளுவர், இளங்கோவடிகள், பாரதியார், கண்ணதாசன், கலைஞர் கருணாநிதி, தேசிய விநாயகம் பிள்ளை, பட்டுக்கோட்டை கல்யாணசுந்தரம், சுரதா, மருதகாசி, மனோன்மணீயம் சுந்தரம் பிள்ளை, செயங்கொண்டார், அருணகிரிநாதர், பத்திரகிரியார், ஒளவையார், நாலடியார், கம்பர், குதம்பை சித்தர்.

இவர்களை தவிர மற்ற முதன்மையான ஆங்கில கவிஞர்களின் செல்வாக்கின் கீழ் என்னுடைய சிந்தனை வடிவம் பெற்றுள்ளது. அதனுடைய வெளிபாடும் இப்பாடல்களில் காணலாம்.

இதில் தோன்றும் குறைகளும் மற்ற தவறுகளும் என்னுடையதே.

அன்பன்,

ப. ந. நாகேஸ்வரன்
சிட்னி, ஆஸ்திரேலியா

ஆனி 2023
(July 2023)
Email: *nnages@internode.on.net*

அர்ப்பணம்

முதன்மையாக, காலமான என் தந்தை *ப. நல்லப்பன்* அவர்கள் என்னுடைய முதல் ஆசான் ஆவார். அவர் என் கல்விக்கு உறுதுணையாகவும், ஊன்றுகோலாகவும் இருந்தவர்.

இரண்டாவதாக, *"கரும் ஊதாப்பூ"* என்ற புனைபெயர் கொண்ட எனது நெருங்கிய நண்பரின் ஊக்கத்துடன் பல பாடல்கள் உருவாகியுள்ளது.

மூன்றாவதாக, எனது தங்கை *மணிமேகலை*. அவர்களுடைய உருதுனை இருப்பதால் இந்த தொகுப்பை வெளியிடுவதற்கு எளிதாக இருந்தது.

பொருளடக்கம்

தமிழ் வாழ்த்து

கன்னி தமிழ் வாழ்த்து

முக்கால முகவில் முதித்த
மூத்த மொழி, முத்து மொழி
மூன்று உலக மொழியெலாம் வென்று
முவ்வாயிரம் பல்லாயிரம்
கவி பாடல் செப்பிய மொழி
வளைந்து ஓடும் காவிரி நிழலில்
வளர்ந்த மொழி
சிங்கார சிறுநடையும்
ரீங்கார இசை முறையும்
பைந்தமிழ் சொல்லழகும்
தெவிட்டா இன்பந்தரும்
வாழும் உயர் நடையும்
வாழும் உயிர் மறையும்
குழைவையூட்டும் பெரு வாழ்க்கை பாதையும்
போதினி தந்து, போதை தந்து
பொதிகை தென்றலாக வந்து
புலவர் நெஞ்சத்துல்
பதிகங்கள் புதுவாக புணரவிட்டு
மெய்ஞானம் களிக்க
தெய்வருள் நேசிக்கும்
வாய் பொருள் நேர்மை கமழ
உலகெலாம் பரவி
என்றென்றும் இளமை மாறாமல்
கன்னி தமிழாய்
எங்கள் நாயகி
எங்கள் வளர்மதி தாயே
எங்கள் ஊன் உயிர் நிலவே
இந்த பூநிலம் உள்ளவரை
வணங்குவமே!

வாழ்க்கை புலம்பல்

"அத்தமும் வாழ்வு மகத்து மட்டே
விழியம் பொழுக மெத்திய மாதரும் வீதி மட்டே
விம்மி விம்மியிரு கைத்தல வைத்தழு
மைந்தருஞ்சுடு காடு மட்டே
பற்றி தொடருவினைப் புண்ணியப் பாவமுமே"

~ பட்டினத்தார்

Source: Wiki Commons/Image of Crab Nebula superimposed with human features using AI.

ஒண்டி கட்டை

நான் பிறந்தப்போ
ஒண்டி கட்டையாய் பிறந்தேனப்பா

பக்கத்தில இருந்தவளோ
மப்புல இருந்தாப்பா
மாப்புள்ளன்னு ஒருத்தர் வந்தப்போ
ஒருத்தி பேராண்டின்னு முத்தமிட்டா
போத்தி போத்தி வச்சாங்கப்பா
புட்டி பாலை அம்மா பாலுனு
சொன்னாங்கப்பா
பக்கத்தில இருந்தவளோ
மப்புல இருந்தாப்பா
வாய்க்கு வந்தபடி திட்டி திட்டி
தூத்தினேனப்பா
வெள்ளை சொக்காய் போட்டவனும் வந்து
சுறுக்கனு
ஊசி போட்டானப்பா
மயக்கம் போட்டு
மப்புல இருந்தவளை
கட்டிகிட்டேனப்பா

ஒண்டி கட்டையாய் பிறந்தது
தப்பேயப்பா!

ஊருக்கு தான் உபதேசம்

இந்த ஊனில் என்ன உண்டு
ஊசி பதம் பார்ப்பதற்கு
ஊசி போன தசையும்
ஊரிப்போன சதையும் தானே
வெறுமென்று இருந்த
ஊரும் காயத்தை
ஊதி கெடுத்துவிட்டேன்
உத்தமன் போல் வாழ்ந்துவிட்டேன்
உருதி நலதெளிவும்
சரியாக பிறக்கவில்லை
உத்தியில் சிறந்த நயமும்
தென்படவில்லை
வானில் வலை வீசி பார்த்தும்
மீன்கள் அகப்படவில்லை

உலர்ந்த வாழ்வு உளறல் வாழ்வு
ஊர்ந்து கொண்டும்
நகர்ந்து கொண்டும்
உட்கிடக்கை இல்லாது
உரிமை குரல் எழுப்புகிறேன்
ஊருக்கு நல்ல உபதேசம்
உட்கார்ந்த இடத்தில் உபதேசம்
உருளும் வாழ்வில் இது நல்ல வேசம்

உத்து பார்க்கும் ஞானம் வேண்டும்
பார்ப்பதெல்லாம் இனிமை தர வேண்டும்
உலக அனுபவம் வேண்டும்
உயிர் வெற்றி பெற
உள்ள அமைதி வேண்டும்
உருமாறி போனபின்
ஊற்று போல் இளமை
ஊஞ்சல் ஆட வேண்டும்

கிடாப்பிலே ரெண்டு கோழி

கிடாப்பிலே ரெண்டு
கோழி வளர்த்தேன்
ஒன்னு சாமி கோழி
இன்னொன்னு சாவு கோழி
நல்லது நடந்தா
சாமி கோழி கூவும்
கெட்டது நடந்தா
சாவு கோழி கூவும்
சாவு கோழி கச்சேரி
தினந்தோறும் பலவிதம்
சாமி கோழி தனிப்பாடல்
சிலநேரம் சிலநிமிடம்
நல்ல காலம் பிறந்தா
சாமி கோழி
கெட்ட காலம் பிறந்தா
சாவு கோழி
ஜோசியத்திலே நல்ல நீதி
எத்தனை கெட்ட காலம் சேர்ந்தா
ஒரு நல்ல காலம்?
சாவு கோழியை தின்னா
கெட்ட காலம் போயிடுமா?
சாமி கோழியை தின்னா
நல்ல காலம் பொறந்திடுமா?

என்னமோ ஏதோ
கிடாப்பிலே ரெண்டு
கூவாத கோழி வச்சிருக்கேன்
கெட்ட நல்ல காலமும்
நல்ல கெட்ட காலமும்
பொறந்தாச்சு
இனி கவலையே இல்ல!

கொஞ்ச நாள் இருந்துட்டு போறேன்

கொஞ்ச நாள் இருந்துட்டு போறேன்
யாரையும் துன்புறுத்தலே
யாரையும் நிந்திக்கலே
காலை நீர்துளி போலே
கொஞ்ச நாள் இருந்துட்டு போறேன்

பிறந்தப்ப சொன்னாங்க
நெடுநாள் வாழ்வேன்னு
சொன்னவங்க போய்ட்டாங்க
பிறந்தநாள் தான் மீதிங்க
திடீர் மழை போல
கொஞ்ச நாள் இருந்துட்டு போறேன்

நெடுந்தூரம் போவல
சொந்த பலனும் தேடல
விதி படி வாழல
மதி படி மீறல
நதி ஓரத்து நுரை போல
கொஞ்ச நாள் இருந்துட்டு போறேன்

பணத்தை தேடி

சுற்றி வந்தேன்
சுற்றி வந்தேன்
பணத்தை தேடி
சுற்றி வந்தேன்

ஊர் சுற்றி வந்தேன்
உலகம் சுற்றி வந்தேன்
ஊமை போல சுற்றி வந்தேன்
உலோக காசை காதல் கொண்டேன்
உறவுகளை மறந்துவிட்டேன்

பணத்திலே மோகம்
பணப்பெட்டிமேலே மோகம்
சுற்றும் மோகம்
சுற்றினால் மோகம்

உடலை வருத்தி
உயிரை வருத்தி
பணத்தை தேடி
ஓடிய பந்தயம் தொண்ணூறு ஆயிரம்
சுற்றி வந்த பணக்கிணறு மரு ஆயிரம்

சுற்றி வந்தேன்
சுற்றி வந்தேன்
பணத்தை தேடி
சுற்றி வந்தேன்

சுட்ட பணம் வேண்டுமா
சுடாத பணம் வேண்டுமா
கேட்க ஒரு ஒளவை வேண்டுமா
அம்மை அப்பனை சுற்றி வந்தால் போதுமா
விமானத்தில் உலகை சுற்றி வந்தால் போதுமா

நான் தேடிய பணம் எனக்கு போதுமா

பணத்தை சுற்றி என் நலம் போனதா
பணத்தை சுற்றி என் குணம் போனதா
பணத்தின் மடியில் இந்த பிணம் போனதா

சுற்றி வந்தேன்
சுற்றி வந்தேன்
பணத்தை தேடி
சுற்றி வந்தேன்

போயிட்டு வரேண்டா தம்பி

போயிட்டு வரேண்டா தம்பி
போயிட்டு வரேண்டா!

போயிட்டு வரலேன்னா
தெய்வமன்னு சொல்லுவாங்க
போயிட்டு வந்தா பேயின்னு
சொல்லுவாங்க

போயிட்டு வரேண்டா தம்பி
போயிட்டு வரேண்டா!

தெய்வமானா
கும்பிடு போடாதே
திருநீரு போடாதே
செஞ்ச நல்ல காரியத்தை
தினந்தினம் செஞ்சிடு

ஆனா,

திரும்பி வந்தா
மழையா வருவேண்டா
மரமாகி வருவேண்டா
மலராகி வருவேண்டா

போயிட்டு வரேண்டா தம்பி
போயிட்டு வரேண்டா!

பாதி வழி சென்று வந்தேன்

பாதி வழி சென்று வந்தேன்
பத்தும் அறிந்து வந்தேன்
பாத யாத்திரை தெரியாமல்
பதிகம் பாட வந்தேன்

பாறை முகட்டை நோக்கி வந்தேன்
பாதாளம் தெரியவில்லை
பால்கடலும் தெரியவில்லை
பால் நிலவும் தெரியவில்லை

பார்வை குன்றி போகுமுன்
பார்க்க ஒரு கிளியை தந்திடு
பாவை மதுவின் பிணியாலே
பாசம் நேசம் யாவும் தந்திடு

பனைமர நிழலிலே துளி
பானம் கைபட கொடுத்திடு
பாரம் இரங்கி போனபின்
பாவம் ஒன்றும் தெரியாதே

பாதி வழி சென்று வந்தும்
பத்தும் தெரியவில்லை
பாலித்திருக்க பாடம் இதுவே:

பாயிரம் ஆயிரம் ஆயிரம்
பாடியும் யார் தான் உணர்வர்?
பம்பரம் போல் தேடினும்
பகல்கனவு மாய வாழ்வே!
பகல்கனவு மாய வாழ்வே!!

மனதுமட்டும் இளமையாக நின்னாச்சு

வருடம் மாதம் தேதி போச்சு
வயசுமாச்சு
மனதுமட்டும் இளமையாக
நின்னாச்சு
சொந்த காதலும் கனவாக
மாறியாச்சு
மனசுகுள்ளே போட்டு வச்ச
கனவும் கதையாக
மாறியாச்சு

நினைச்சு நினைச்சு
மனசு பூராவும் புண்ணாச்சு
அந்த பழைய சுகமும்
கற்பனையாக வந்தாச்சு
மூடிவெச்சு மூடிவெச்சு
பார்த்தாச்சு
அந்த கதையைத்தான்
வளர்த்துக் கொண்டு வந்தாச்சு

வருடம் மாதம் தேதி போச்சு
வயசுமாச்சு
மனதுமட்டும் இளமையாக
நின்னாச்சு

இரு வழி

நான் போகும் பாதையிலே
இரு விழி பார்வையிலே
இரு வழி தென்படவே

நமக்கு ஒரு வழி நல்வழியே
எவ்வழி நடப்பது
எவ்வழி கடப்பது
எஃது உகந்த வழி
எஃது உறுதி வழி

அச்சமின்றி சென்றதால்
சேரும் தூரம் தடுமாறினும்
முடித்து கொண்ட பயணம்
வலியில்லா பயணம்
விழிகாட்டிய ஒரு பாதையே
வழிகாட்டிய ஒரு பாதை
அஃதே
வாழ்க்கை பாதையானதே!

குறிப்பு: இராபர்ட் புராஸ்ட் (Robert Frost) இயற்றிய *"The Road Not Taken"* என்ற பாடலின் உணர்வை பின்பற்றி எழுதியது.

நிலையா வாழ்வு

அன்பு இல்லா தாய் எதற்கு?
பொருள் கேட்கும் தந்தை எதற்கு?
சீர் கேட்கும் தங்கையும் எதற்கு?
கொடுமை புரியும் தமக்கை எதற்கு?
அன்பில்லா அண்ணனும் எதற்கு?
துப்பில்லா தம்பியும் எதற்கு?
ஓடுகாளி மனைவியும் எதற்கு?
கருணை இல்லா மகள் எதற்கு?
நன்றி கெட்ட மகனும் எதற்கு?

மண்ணில் பிறந்தால்
துக்கமும், துன்பமும் உறுதியே!

ஒன்றாக பிறந்தும், உறவோடு பிறந்தும்
துக்கம், நோயும், இறப்பும் உறவுகளே!

வாழும் போதும், சாகும் போதும்
நிலையாமை உறுதியே!

அன்பற்ற உறவுகளும், பண்பற்ற உலகமும்
இவ்வுலகை நரகமாக்குமே!

நிலையில்லா துன்ப வாழ்வு இவ்வாழ்வே!

உறவுகளும் சரிவடையுமே,
உண்மைகளும் பொய்யாக மாறிவிடுமே!

குடும்ப வாழ்வு மாய வாழ்வே!
அன்பும், பண்பும் இல்லா வாழ்வு நிலையாதே!

புதியதோர் உலகம் செய்வோம்

புதியதோர் உலகம் செய்வோம்
அங்கு காதல் என்ற பொருளை
ஒரே மூச்சாக்குவோம்!

அகம்பாவத்தை பொது குற்றமாக்குவோம்
அங்கு வாழும் மனிதருக்கு
புன்னகையே தொழிலாக்குவோம்
பழிக்கும் வஞ்சனையை
வியாதி என்று ஒழித்து ஒதுக்குவோம்!

கடும் சினத்தை சிறை
கொண்டு அழித்திடுவோம்
பஞ்ச பூதங்களை நமது அடிமைகள்
என்று மயக்கிவிடுவோம்
அங்கு பஞ்சத்தை அடியோடு
கரைத்துவிடுவோம்!

பாசம் என்ற நூலை கொண்டு
உடல் ஆடைகளை தைத்துவிடுவோம்
பந்த பாசம் தெரியா மூடரை
சிறையில் அடைத்துவிடுவோம்

அன்பை கொண்டு
சட்டங்களை வகைத்துவிடுவோம்
அங்கு சண்டை செய்யும் கசடரை
வெகுவாக பண்பை காட்டி வகை செய்குவோம்

புதியதோர் உலகம் செய்வோம்
அங்கு காதல் என்ற பொருளை
ஒரே மூச்சாக்குவோம்!

குறிப்பு: பாவேந்தர் பாரதிதாசன் அவர்களின் "புதியதோர் உலகம் செய்வோம்......" என்ற பாடலின் வரியையும், நடையையும் தழுவி எழுதியது.

பிறந்த கதை மறந்துவிட்டேன்

பிறந்தபோது
எதை கேட்பது
என்ன கேட்பது
தெரியவில்லை

மறந்துவிட்டு பிறந்துவிட்டேன்
அல்லது,
பிறந்துவிட்டு மறந்துவிட்டேன்

முற்பிறவி ஞாபகமில்லை
மறுபிறவி உறுதியில்லை
கேட்ட வரம் கிடைத்துவிட்டால்
இந்த ஒரு பிறவியே போதும்
வாழ்ந்த பாக்கியம் நிறைவுர

நீர்வீழ்ச்சியின் ஒர் துளி
நீராகி உலகம்
சுற்றி வர ஆசை

சிவந்த வானில்
சிவந்த ஒளி கதிராய்
பிரபஞ்சம் முழுதும்
சுற்றி வர ஆசை

வேறு ஆசையில்லை

மயக்கம்

மயங்கிய நாள் முதலால்
நினைவுகள் மலரவில்லை
போதிய காலம் வரை
மயக்கமும் தெளியவில்லை
மாலையின் மதி கரையில்
தனி ஒரு விதி செய்தேன்
பருவம் போனாலும்
பார்வை போனாலும்
மயங்கிய நாளை என்றும்
கனவிலும் மறப்பதில்லை

சுழலும் காற்றினுலும்
சூழ்ந்து வரும் அலையினுலும்
குழப்பம் ஒன்று தவிர
வேறொன்றியேன்

மயக்கம் தான் என் மனதின் விதி
என்று புலம்பும் என் மதி
விளக்கின் கற்பனைகள் அலைமோதி
எழும் சூழ்காற்றின் ஒளிந்து
கிடக்கும் ஊழ்வினைகள்!

இருப்பதா? இறப்பதா?

பாவி என்ற ஆண்டவன்
ஏன் என்னை படைத்தாய்

பாவமில்லா மனதை
எதற்கு எனக்கு தந்தாய்
தந்த மனதும் துன்பத்தோடு
ஏன் எனக்கு கொடுத்தாய்

துன்பத்தை மறக்க
ஒரு மனது போதவில்லை
மரத்த மனமோ கல்லாய் போகுது

பாவி உன் நெஞ்சில் உள்ள ஆசைகளை
ஏன் என்னிடம் கொடுத்தாய்
கொடுத்துவிட்டு ஏன் என்னை மறந்தாய்

இருப்பதற்ககோர் மனம் இருந்தால்
இறப்பதற்கோர் மனம் உண்டு
இருந்தால் நீ எனக்கு கவலை
இறந்தால் நான் உன் கவலை

இருப்பதா?
இறப்பதா?

முடிந்த உயிர் கிட்டாதே!

இருந்தால் இந்த கூடு
இறந்தால் எந்த கூடு

முதல் மூச்சில்
ஒரு பெண்ணை கண்டேன்
கடை மூச்சில்
யாரை காண்பேன்

இடை மூச்சில் பட்ட சோதனை
கடைசி வரை வருமோ?

பந்த பாசம் உறவு நேசம்
எதுவும் நிலையாது
பார்க்கும் காட்சி யாவும்
மறையும் மாய புரையே

பிறந்த சந்ததி
எங்கு வருவார்
மணந்த பெண் சாதி
எங்கு நிற்பார்

கடன் காரரும்
சென்று விடுவார்
உயிர் வருவாய் நின்றால்
ஊர் திருவாயும் நின்றிடுமே

முக்கி திரிந்த உடலோ
முக்கோண பதமாகி
மூலையில் கிடக்கையிலே
மூவுலகம் சுற்றினாலும்
முடிந்த உயிர் கிட்டாதே!
முடிந்த உயிர் கிட்டாதே!

குறிப்பு: *"ஆண்டாண்டு தோறும் அழுது புரண்டாலும் மாண்டார் வருவரோ மாநிலத்தீர்"*...........நல்வழி

இல்லாத நிலை

கொண்டு வந்ததும்
கொண்டு வராததும்
இடையில் வந்ததுவே
கையில் கொடுத்ததும்
மடியில் வந்ததும்
இயற்கை கொடுத்ததுவே
இறுதி வரை வருவதும்
எதுவும் கிடையாது
இறுதி வரை வருவதும்
இல்லாமை ஒன்றேதான்

இல்லாத நிலை வேண்டும்
பேராசை இல்லாத நிலை வேண்டும்

இல்லாத நிலை வந்தால்
அதை சுவைக்க
நல்லதொரு மனநிலை வேண்டும்
மதி ஒன்றுமில்லா வாழ்வே
இல்லாததுதானே

இல்லாததுதான் இந்த வாழ்வு
எந்த நிலை வந்தாலும்
இல்லாததுதானே
இறுதியில் பிறப்பும் இறப்பும்
இல்லாததுதான்
இந்த பிரபஞ்சமே இல்லாததுதான்

இல்லாத பிரபஞ்சத்திலே
நிலை இல்லா உயிர் பெற்று
முடிவில்லா துயர் கொண்டு
விடையில்லா முறையோடு
இல்லாத நிலை பெறுவது யாதோ?

குறி தவறி போனதால்

குறி தவறி போனதால்
குறைந்து போய்விட்டேன்
குறிக்கோள் இல்லாமல்
குறி வைக்க மறந்துவிட்டேன்
கூறி கூறி பயனற்று
சீறி சீறி என் மேல் விழுந்தேன்

குறி தவறி போனதால்
மாறி மாறி பழைய தவற்று
பானையில் உலா வந்தேன்
ஓட்டை பானையோட்டை
கையில் வைத்துக்கொண்டு
கதறி சகதியில் உலவுகிறேன்

குறி தவறி போனதால்
நான் நிகரில்லாமல்
சோம்பி திரிகிறேன்!

மூவழி பாதை

நான் போகும் பாதையிலே
மூவழி உதித்ததுவே
இரு விழி பார்வையிலே
எமக்கு எவ்வழி நல்வழியோ

எவ்வழி எனக்கு
எவ்வழி உனக்கு
எவ்வழி நமக்கு

எஃது உகந்த வழி
எஃது உறுதி வழி
எஃது உயர்ந்த வழி

வழி மறைத்த செடியும்
வழி மறைத்த கொடியும்
விழி மறைத்து கொள்ளுமோ

அச்சமுற்று அச்சமுற்று
சென்றும் அச்சம் விடவில்லை
சேரும் தூரம் வெரும் தூரமோ
தூரம் தூரமாகி தூரமாகி
துணிந்து விட்டதோ

முடிவில்லா பயணம்
முடிக்கும் பயணம் ஆனதோ
முடிக்கும் பயணம்
முடிவில்லாமல் போனதோ

மூவழியும் ஒரு வழி தானோ
முடியும் வழியும் அதுதானோ
விழிகாட்டி வழிகாட்டி
வாழ்க்கை தழுவாட்டி
எப்பயணம் எப்படி போயினும்
அப்பயணம் பழுதாகிவிடுமே!

ஆறா மனம்

ஆறா மனதை ஆற வைக்க
அருகில் வந்த ஆற்று நீரை
அரவணைத்துக்கொண்டேன்
குளிர் பட்டு உடல் கூரை
கட்டவிழ்த்து விட்டேன்

துர்நாற்றம் போகுமென்று
நுரைந்து சென்ற நீர் படலம்
பின் பாராமல் பகிர்ந்து சென்றது
பொதுவுடை நீரில் தனி உடல்
சேர்ந்த வண்ணம்
மனம் மட்டும் தனித்து
சுனையில் நின்றது

உடலில்லா மனமும்
மனமில்லா உடலும் ஆறாதே!

அந்த ஆற்றில் கரைந்த உடல்
மனதில் பட்ட காயம் கரைய
செல்வழி சென்று
பொதுவழியாகி
ஆகாய ஆற்று அருவியாகி
பனி துளியாய்
மிதந்து மிதந்து சென்றதுவே!

"

சிங்காரா

திலுக்கு முழுக்கு சிங்காரா
உன் திலுக்கு என்னடா கைகாரா?

படத்தை பிடித்து தந்தாரா
அப்புறம் கையைப் பிடிக்க வந்தாரா?

கவிதை எழுதி தந்தாரா
அப்புறம் கதையும் சொல்லி தந்தாரா?

வேறு வேலை யில்லாம
தவித்து தவித்து நின்னாரா?

வாலை வாலை சுற்றி சுற்றி
பொறுக்க பொறுக்க நின்னாரா?

மச்சான் வந்தாரா
மெதுவா வந்தாரா
காஞ்ச முதலை போலே
பசி ஏப்பம் விட்டாரா?

விழிகுள்ளே ஒரு கனா

விழிகுள்ளே ஒரு கனா.............

புகுந்த இரவு பொழுதை
நீரில் மூழ்க விட்டு
காலை கட்டுமரத்தை
அவிழ்த்து விட்டதே

மொழியில்லா சிறு கதைகள்
மேனியில் படரவிட்டு
பார்வை கூறும் காட்சிகள்
ஒன்றாக பினைந்து
ஓரமாக நின்று விட்டதே

சுரந்து வரும் புது நினைவுகள்
மௌன பஞ்சில் கலந்து
கூசும் ஒளியில் அஞ்சாமல்
மிதந்து செல்லும்
தானாக ஒதுங்கி செல்லும்

விழித்தவுடன் ஒன்றும்
அறியா வண்ணம்
சாயல் பூசா வர்ணமுடன்
கொய்த்து கொய்த்து
மனம் கலைந்து
மனம் கலந்து நின்றதுவே

வெறும் கோபுரம் தான்

மாலையில் மலர் சூட
மலர் வனத்துக்கு சென்றுவந்தேன்
காலையில் அது கறுகி
வாடி நின்று மிதி பட்டு கிடந்தன

மழையில் மலர் பறிக்க
மலைக்கு சென்றுவந்தேன்
முதுகாலையில்
அது சறுக்கி விழுந்து கிடந்தன

மார்கழி மாத விழா
இறை விளக்கேற்ற
நெய் கொணர்ந்தேன்
அது கைவழுக்கி தரையில் உடைந்தன

மாடிபடி ஏறி வந்தேன்
முழுமதி கண்டுக்கொள்ள
கறுமேக கூட்டங்கள்
ஒளி அருளை மூடி மறைத்தன

மாரி ஆத்தா முகம் பார்க்க
கோயில் முழுதும் தேடி வந்தேன்
அது கோயிலல்ல
வெறும் கோபுரம் தான்
என்று புரிந்து கொண்டேன்

குறிப்பு: கவிமணி தேசிக விநாயகம் பிள்ளை இயற்றிய *"கோவில் முழுதும் கண்டேன்"*..........என்ற பாடலின் சாரத்தை கொண்டு எழுதியது.

காதல் புலம்பல்

யாயும் ஞாயும் யார் ஆகியரோ?
எந்தையும் நுந்தையும் எம்முறைக் கேளீர்?
யானும் நீயும் எவ்வழி அறிதும்?
செம்புலப் பெயல் நீர் போல
அன்புடை நெஞ்சம் தாம் கலந்தனவே

~ *செம்புலப் பெயல்நீரார்*
(குறிஞ்சித்திணைப் பாடல்)

காதல் காதல் காதல்
காதல் போயின் காதல் போயின்
சாதல் சாதல் சாதல்

~ *பாரதியார்*

Image: Wiki Commons/**காந்தள்** (Flame Lily) Modified using AI

என் கற்பனை தேவிக்கு

பாடிய வாயால், சுவை தாவென்று
அழைத்து மருண்டோடிய பெண்ணே!
தூங்கும் இரவாலே, எனை போந்து
அழைத்தாயே, அழகிய கண்ணே!

உளம் உருகி உனை நினைந்தால்
உமையவள் உருவெடுத்தாள்
மனம் நொந்து செய்வதொன்று அறியாமல்
இருக்கையில், நீ வந்தாய்

மெல்லிய விரலால் எனை தொட்டு
அழுத கண்ணீரை துடைத்து
மாய தீரத்தால் என் உள்ளம் நிரைந்தாய்
கள்ளி எனறால் தகுமோ?
மலர் வள்ளி! உனை நினைந்தால்
உமையவள் உருவெடுப்பாள்!

மாய வாழ்வில், மாய கனவாய்
மறைந்து போகுமோ?
--- பாடிய வாயால், சுவை தாவென்று
அழைத்து மருண்டோடிய பெண்ணே!

ஒரு நினைவு மஞ்சரி

என் வாழ்வின் மலர்விழி நீ
என் மன நிலை மதியம் நீ
என் நடு நிலை சிலையும் நீ
என் நினைவு மஞ்சரியும் நீ

வாடும் என் உள்ளத்தின்
பாடும் மொழி வெள்ளத்தின்
சுவை தரும் ஒலியும் நீ

வளரும் என் கனவின்
தளிரும் என் நினைவுகள்
வெளிபடும் கருவியும் நீ

இருண்ட கருமேகத்தில்
குழுமி வரும் சருமத்தின்
சுடர்படரும் ஒளியும் நீ

இரு உடல் ஒரு உளமாகி
வாடும் இந்த உயிர்
வேட்கை பொருளும் நீ

மின்மினி வனிதை

மின் மின் வான்
அதை கண்டு
மின்மினி பூச்சிகள்
தன் தன் சிறகை மின்மினித்து காணும்

தன் தன் கண்களை வனிதை
மிழி மிழித்து வானின் மின்மினி அவைகளை
தன் கண்ணின் விழி ஒளியோ
என அஞ்சி திகைப்பாளோ!

வஞ்சி அஞ்சியவள் இளம் பஞ்சு நெஞ்சவள்
தன் தன் அழகை காண இயலாமல்
தண்ணீர் ஓடையில்
முன் முன் வந்து நின்றால்

வான் விண்மீனும்
மீன் மின்மினியும் ஒன்றட கலந்து
வஞ்சி வனிதை வாசனை
ஓட கரைதனில் மின்மினி பூச்சின் அலங்காரம்
என் தன் மனதை கொள்ளை கொண்டதே!

உனை அன்றி யார் வருவார்

உனை அன்றி யார் வருவார்
கொவ்வை இதழ் மணமோடு
யார் வருவார்
உனை அன்றி யார் வருவார்

கலையோடு நடைபோட்டு
யார் வருவார்
உனை அன்றி யார் வருவார்

சிங்கார சிரிப்போடு
யார் வருவார்
உனை அன்றி யார் வருவார்

சிறு வானில் புது நிலவோடு
யார் வருவார்
உனை அன்றி யார் வருவார்?

பனி மூட்டம் தழுவாத
மலை மீதிலே
தவழும் தென்றல் போலே
வருடி கொண்டே
யார் வருவார்

தீராத ஆசை கொண்டு
உனை அன்றி யார் வருவார்
உனை அன்றி யார் வருவார்

குறிப்பு: கவியரசு கண்ணதாசன் இயற்றிய "நானின்றி யார் வருவார்......" என்ற பாடலின் வெளிப்பாடாக இந்த பாடல் எழுதப்பட்டது.

எட்டிப்பார்த்தேன்

எட்டிப்பார்த்தேன்
எட்டி எட்டிப்பார்த்தேன்
அவள் தெரியவில்லை
சற்று முன் வந்தவள்
முன்னாடி சென்றுவிட்டாளோ

எங்கோ
மாடி படியில் மறைந்தாளோ

அங்கே,

ஒரு கரு நிழல் சலசலப்பு
நீல நிற துணி பலபலப்பு
எட்டிப்பார்த்தேன்
எட்டி எட்டிப்பார்த்தேன்
நெஞ்சில் ஒரே கிலுகிலுப்பு

அங்கே,

அவள் ஒளிந்து கொண்டாளோ
தன்னை மறைத்துக் கொண்டாளோ
எட்டி எட்டிப்பார்த்தேன்

என்னிடம்,

சிறு சிறு கண்ணாம்மூச்சி
புதுப்புது முறையில்
மாடி படியில் துரிதமாக

மறைந்து மறைந்து
பட்டு துணியுடன்
பட்டு பட்டு சரிந்தாளோ

என் நெஞ்சை தொட்டு தொட்டு
என் மதியை கரையயவிட்டு
நான் எட்டி எட்டிப்பார்த்தும்
என்னை எட்டிப்பாராமல்
எங்கு மறைந்தாய்
எங்கு புதைந்தாய்

என் கூடவே வந்துவிடு

இன்று என் கூடவே வந்துவிடு
இரவு வேலை பூதங்கள் எழுந்துவிடும்
கூடும் நேரம், கூடவே வந்துவிடு!

கண் படாத வேலை
காற்று உறங்கும் வேலை
சாம குயில் கூவிவிடும்
தயங்காமல் வந்துவிடு
உறங்கும் ஊரை எழுப்பாதே
இரவு உணவை மறந்துவிடு
என் பசியால் மயங்கிவிடு
என் காதல் கதவில் சாய்ந்துவிடு
கட்டு காவலை மீறிவிடு!

நானோ,
கருநிற சாம்பலாய் வாடி வாடி
தலை சூடாகி பிதற்றியே
பாம்படித்த உடலாகி
துடிக்கிறேனே
மனதால் வெம்பி தவிக்கிறேனே

கண்ணில் ஈரம் கலந்து
நெஞ்சில் மாலை சூடி
கையில் பாச உறவை கூப்பி
உடல் கலவும் நாள் இந்நாளோ?

செல்ல கோதை கண்ணம்மா

செல்ல கோதை கண்ணம்மா
என் உயிர் பக்கம் வா

ஒப்பற்ற பைங்கிளி
என் பத்திரை மாத்து பொற்கிளி
என்றும் உந்தன் நினைவிலே
உன் சிந்தை என் இல்லமே
உறக்கம் கொள் என் தோலிலே
என் சிந்தை உறக்கம் கொள்ள வில்லையடி
உயிர் மாய்த்து கொய்து போனாலும்
உன் சித்திரமே என் வாழ்வின் மூச்சையடி
நீ என் பக்கம் இல்லையடி

காணும் எந்த நிழலும் உன்
பருவ உடலாமோ
அதை மறைத்து மறைத்து போனாலும்
சென்றவிடமெல்லாம் என் பித்தமே
கவி குயிலே காலை மலை தென்றலே
குளிர் காய என்னை கண்டு கொள்ள வாராயோ
பாராது சென்றால் என் கண்ணம்மா
நான் தீராத கண்ணீரோடு வாடுவேன்
உன் கிடக்கையிலே
நானும் சமர்ப்பணம் கண்ணம்மா!

என் பக்கம் வா
என் செல்ல கோதை கண்ணம்மா

குறிப்பு: மகாகவி பாரதியாரின் *கண்ணம்மா* பாடலை தழுவி எழுதியது.

தீராத காதல் தொல்லை

கண்கள் சுற்றி உன்னை தேடுதடி
மனதுக்குள் உன்னை பற்றி
ஒரு மாயம் தோன்றுதடி
விண்னை தொட்டது போல் தோன்றுதடி
கண்ணில் மின்னல் பூச்சி
சிரித்து போகுதடி
மண்ணில் உடல் காயம்
பட்டு வேகுதடி
வானில் இந்த பசி நிலா
விரைந்து ஓடுதடி
சிந்தை வரையில் புகுந்து
மூளை கரையுதடி
மூச்சு வந்து வந்து உன்னை
உயிரோடு கவ்வுதடி
வேகம் தனிய
தனியும் வழியும் தெரியவில்லை
இந்த மானிட உருப்பு
கொடுத்த வஞ்சம் புரியவில்லை
மனதில் நிம்மதி யில்லை
தீராத காதல் தொல்லை

நிலவில் உறங்கும் கண்ணே

நிலவில் உறங்கும் கண்ணே!
என் நினைவில் கொண்டாய் நீயே!

மலரில் மகரந்தம் நீ
மலரும் தளிரில் வந்தாய்

கனவில் தோன்றும் கனியே
காண கண்கள் துடிக்குதே

செவ்வாய் மொழியால் தழுவ
என் வானம் விழித்து பொழியுதே

கண்ணை மூடி திறந்தால்
செம்மாலை பொழுது வருகுதே

பாடும் உன்னை உணர்ந்தால்
பரிபாடல் தென்றலும் வீசுதே

பாரும் யாரும் போற்றி
வாழ வழி சொல்ல வருவாயோ?

நிலவில் உறங்கும் கண்ணே
என் நினைவில் கொண்டாய் நீயே!

பத்து நாளில் வருவேன்

பத்து நாளில் வருவேன்
ஆசைகள் அடங்கு முன்பே
பத்து நாள் முடியும் முன்பே
மௌனமாய் இருக்காதே
ஒரு இரு கண்ணீர் விட்டுவிடு
மௌனமாய் இருக்காதே
பத்து நாளில் வருவேன்
உன் உள்ளத்தில்
உன் இல்லத்தில்
என் முகத்தை பதுக்கிவிடு
கண்ணீர் பூசை செய்துவிடு
வாசல் முழுதும் கோலமிடு
காதல் மணக்க
காதல் மணக்க
நெஞ்சத்தை மஞ்சமாக்கு
மஞ்சத்தை நெஞ்சமாக்கு
ஊஞ்சலை தள்ளி விடு
அந்த சல்லாப ஆடல்
என் உள்ள பாடல்
ஆனந்த கண்ணீர் விடு
பத்து நாள் முடியும் முன்பே
நான் ஆசையோடு வருவேன்
பாசமோடு வருவேன்
வாழ்த்து பாடுவேன்
மோகத்தோடு அணைப்பேன்!

யானும் நீயும்

யானும் நீயும்
காணும் கனவும்
வாழும் நனவும்
மழை நீரோ
களை நீரோ

ஒன்றிய மனம் கமழ்
மார்க்கத்தில் மணம் தரும்
வேட்கை புறந்தரா
நமது மாட்சி எங்கு உரைப்பேன்

யானும் யானும்
நீயும் நீயும்
வாழும் வாழ்வு கனவே!

மனதை திறந்து விடு

மனதை திறந்து விடு
உன் மனதை திறந்து விடு

கண்களை மூடி கொண்டு
மனதை திறந்து விடு
வெள்ளி முளைக்குமுன்
வெள்ளி கிழமை விடியுமுன்
மல்லி பூப் போல்
வெடித்துவிடு
மாந்தோப்பு கிளி போல் சிறகை
திறந்துவிடு

சாரல் மழை வந்திடுமே
சாம கோழி கூவிடுமே
ஊர் சென்ற பாட்டியும் வந்திடுமே
மனதை திறந்துவிடு
உன் மனக்கதவை திறந்துவிடு

என் நாடி நரம்பு துடிக்குதே
என் நா வறண்டு போகுதே
கண்கள் இரண்டும் பொங்குதே
கதவடியில் மயங்குவேனோ?
சாவின் நடுபாதியில் நிற்கிறேனே
எங்கே அந்த சாவி
மனக்கதவை திறக்கும் மாய கோல்
ஏன் இனி தாமதம்
நாம் இசைய நாம் கனிய
நமக்குள் ஒரு ஒப்பந்தம் செய்வோம்
இந்த தாபம் என்றும் வேண்டும்
உன் மனக்கதவின் ஒர் அடியில்
என்றும் சோர்ந்து கிடக்க

எப்போது கதவை திறப்பாய்?

பனை மர காட்டிலே

பனை மர காட்டிலே
கல்லு தெரிக்க ஓடி வந்த
பாக்கு மர கூக் குயிலே!

ஓடி வந்த களைப்பு தீர
ஓடும் தண்ணீரில்
கையளவு முத்தமிட்டு
சலித்து கொண்ட கூக் குயிலே!

வெய்யில் தலையில் பட்டு
தலை தெரிக்க ஓடி வந்து
பத்து விரலால், முகத்தை தழுவி
வேர்வை தட்டி விட்டு
முகத்தை மூடி
வழியும் தண்ணீரிலே
நனைந்துவிட்டது ஏன்?

நெஞ்சம் பட படக்க
துயில் இழந்து, வெட்ட வெளியில்
போர்வை போட்டு போத்தி
படுத்து கொண்டு
வாயெல்லாம் சொல்லை
மலரவிட்டது ஏன்?

சாமத்து நேரத்திலே
சாயங்கால வேலையிலே
மூன்று சுழி கோலமிட்டு
சந்திர நிழலும் வந்திடுமோ
என்று பயந்து ஒதுங்கியதும் ஏன்?

புதிய ஊர் சென்றவளே!

புதிய ஊர் சென்றவளே!
பழைய ஊர் மனதில் வைத்து
புதிய கதை சொல்வாயோ

பழைய கதை சொல்வதிலே
புதிய பாடம் படித்தாயோ?
பழைய பாடம் மனதில் வைத்து
புதிய சுகம் கண்டாயோ?
நானும்,

பழைய ஊர் சென்று வந்தேன்
பழைய கதை மனதில் வைத்து
புதிய பாடம் படித்து வந்தேன்
பழைய சுகம் புளிக்கவில்லை
புதிய சுகம் களித்து வந்தேன்

புதிய ஊர் சென்றவளே!
நானும் புதிய ஊர் வரலாமோ?
பழைய சுகம் பெறலாமோ?

நிலவின் நிழலில்

நிலவின் நிழலில்
நனைந்து நின்றேன்
உன் செவியோரத்து
கவிதையை
கேட்டு நின்றேன்
மதுவின் மயக்கத்தில்
மயங்கி நின்றேன்
போதை தரும் வியப்பில்
சோர்ந்து விட்டேன்
கொள்ளை கொண்ட
உள்ளத்தை பதறவிட்டேன்
பாழும் சபலத்தை
தழுவிக்கொண்டேன்
இருளும் நித்திரையை
பழித்துவிட்டேன்
பழைய கனவுகளை
ஒழித்துவிட்டேன்
மனநிழலின் கால்வாயில்
ஒட்டிக்கொண்டேன்
பாதி நிலவின் நிழலில்
சரண் அடைந்தேன்

நான் என்றும் உனக்கே

நான் வாடிய போது
கண் வாடிய கண் மலரே!

அன்று என்னை பார்த்து
ஒரு கேள்வி தொடுத்தாய்
தெரியுமா?

நான் என்றென்றும் உனக்கா?
அதற்கு நானும்
நீ என்றென்றும் எனக்கா?

பதிலுக்கு ஏன் தாமதம்?
நாற்பது வருடம் கழித்து
ஏன் தாமதம்?

நீ என்றென்றும் எனக்கே
அதை சொல்லி தெரியவில்லையோ
புரிந்த கண்கள் பட படக்குதே
அதுதான் பதிலோ
நான் என்றென்றும் உனக்கே!

நமக்கு என்ற உறவு மட்டும்
கண் மலரில் ஊறி விட்டது
நாற்பது வருட தாமதம்
நெஞ்சில் அமர்ந்து
உடலை வருத்தி
கண் மலர் இரண்டில்
துளி துளியாய் பதில் அரும்பியதே!

இதய துடிப்பே

நெஞ்சிலிருந்து இருளை
நீக்கும் என் இதய துடிப்பே!
ஏன் எனக்கு வேதனை தரும்
வலி ஒன்றை இன்று கொடுத்தாய்?

பொல்லாத நினைவுகள் தோன்றி தோன்றி
துடிப்பை தடுத்ததோ
அல்ல,
அல்லல் பட்ட வாழ்வின்
உருக்கும் வேதனைகள்
துடிப்பை தடுத்ததோ
அல்ல
யாரோ சதி செய்து செய்து
துடிப்பை தடுத்ததோ

சதியும், விதியும் மதியால்
வெல்லலாம்
துடி துடிப்பை துடித்து கொண்டே இரு
என் இதய கமலமே
இதய கமலமே
என் இதய கமலமே

உன் துடி துடிப்பை
காத்து காத்து காவல் செய்யுமே
என் காதலே!
என் இதய கமலமே!

மாற்றமெல்லம் உன் நினைவாலே

வளமான பூமிதனில்
விளையாடும் பூவிழியே
காந்தமோடு என்னை இழுக்கும்
பூஞ்சோலை முத்தே!

கருமை படர்ந்த புது எழில் வண்டு
நின் மலர்விழி நாடுமோ?
அல்ல
நின் கண்ணிரண்டும் கண்டுவிட்டு
தமிழ் ரீங்காரம் பாடுமோ?
வானத்து கரும்பே
உந்தன் சுவை அமுதூட்டுமோ?

மெல்லியாலே!
சீனத்து சர்க்கரை சுவை படாத
குயிலவளே!
மேனகை வந்தாள், ஊர்வசி வந்தாள்
புவியோடு கற்புகரசிகள் பலவந்தால்
நின் பேரழகின் காட்சி தருமோ
தமையந்தியே!

பால் நிலாவின் வெளிர் கண்கள்
பருத்தி பஞ்சனை நின் மென்பாதங்கள்
வாழை குருத்தின் சிறு இடை நின்தனையே
வெண் புறா சிறகின் உணர்வே தனி
ஒராயிரம்,
மறு ஆயிரம் வர்ணிக்கும் கற்பனைகள்
என் கற்பனைகள்

என் மன
மாற்றமெல்லம் உன் நினைவாலே
உயிர் மறைந்தாலும்
காற்றோடு, மெல்லிய கனவோடு
படர்ந்திருக்கும் உன் காதலே!

மறந்து வாழ்கிறேன்

மறந்து வாழ்கிறேன்
இன்று அன்று போல்
இல்லையே
மறைந்து வாழ்கிறேன்
அன்றும் இன்றும் வாட்டும்
தொல்லையே
என்று மறையும் இந்த
மனத்துயரம்?
என்று வருந்தாத நாள் இல்லையே

தோட்டமிட்டு கொடி வளர்ந்து
காய் கனியாகி
பழுதாகியதோ?
என் இதய நிலா வானைவிட்டு
மறைந்துபோனதோ?
என்னை மறந்துபோனதோ?

மறந்து வாழ்கிறேன்
இன்று அன்று போல் இல்லையே!

உன் கனவு

உன் கனவுக்குள்ளே என்னை பாரு
அங்கு குவிந்து கிடக்கும்
வண்ண வண்ண எண்ணங்களை
உன் பாடும் மொழியிலே கூறு

சிவக்கும் பொன் மணிகள் எத்தனையோ
அங்கு கண் சிமிட்டும் மின் மினிகள்
ஒலிந்து மறைந்து
ஆடுவதும் தனி பிரமையோ

சொப்பனத்திலும் நான் வந்திடுவேன்
பகல் சொப்பனத்திலும் நான் வந்திடுவேன்
சொந்த என் மணிகளை கொண்டு
மாலையும் சூடுவேன்
மணி மாலையும் சூடுவேன்

விழிக்கும் நேரம் வந்தாலுமே
கண் விழிக்கும் நேரம் வந்தாலுமே
நான் மறைய போவதில்லையே
மாயமாய் மறைய போவதில்லையே

அந்த நனவிலே நான் கனவாய் போகவில்லையே
அங்கு குவிந்து கிடக்கும்
வண்ண வண்ண எண்ணங்களில், உறக்கம் கொண்டு
மின் மினி ஒளியாய் ஒளிந்து கொண்டேனே
ஒளிந்து கொண்டேனே

ஓர் துளி போதுமே

விழி ஓரத்து நீர் துளியே
மாதம் மும்மாரி பெய்ய வில்லையோ
வறட்சி அடைந்த மனதில்
மழை சாரலாய் வந்தாயோ

மனதில் பட்ட காயம்
மறையவில்லையோ
அதை நீர் பூசை செய்து
மறைக்க பார்த்தாயோ

மறைந்து போன நினைவை
கரைத்து போக வந்தாயோ
உப்பு நீர் கொண்டு
மனக்கல்லை கரைப்பாயோ

மன தீயை அணைக்க
அருவி துளியாய் வந்தாயோ
வெள்ளம் பெருக்கெடுத்தால்
ஊர் தீயை அணைப்பாயோ

விழி ஓரத்து நீர் துளியே
வெள்ளமாகி பெருகாமல்
ஓர் துளி போதுமே
மன கதவை திறக்க
மன கவலை மறக்க
மும்மாரி மகிழ்ச்சி பொங்க
ஓர் துளி போதுமே

பழைய நாட்கள்

பழைய நாட்கள் மனதில் வந்து
சுகத்தை தந்ததா
புதிய வாழ்வு கனவில்
நுழைந்து
அந்த சுகத்தை கலைத்ததா

வயது வந்த இளமையுடன்
கால்கள் மரத்து போனதா
நெஞ்சில் கலந்த உணர்வெல்லாம்
கொஞ்சம் வலியும் தந்ததா

நாட்கள் செல்ல செல்ல
மனதும் வலியை மறந்ததா
அதுவும் மெல்ல மெல்ல
மறந்து போனதா

சென்ற நினைவு மறையாமல்
சில நேரம் மலர்ந்ததா
மறையும் என்று வைத்திருந்தாலும்
அது உயிரோடு கலந்ததா

பழைய நாட்கள் மனதில் வந்து
சுகத்தை தந்ததா
புதிய நாட்கள் வந்தாலும்
பழைய கனவை மறப்பதா

தேம்புதல்

"ஓயாக் கவலையினால் உள்ளுடைந்து வாடாமல்,
மாயாப் பிறவி மயக்கு அறுப்பது எக்காலம்?"

~ பத்திரகிரியார்

Source: Wiki Commons/Image modified using AI.

மாயவன் தோண்டி

நாளாறு மாதமாய் மாயவனை வேண்டி
கொண்டு வந்தேன்
ஒரு புதையலை தோண்டி
அதை சீராட்டி பாராட்டி
சமைத்து வந்தேன்
நாளோறு மேனியும்
போழுதொறு வண்ணமாய்
கால நேரம் பாராமல்
இரவு பகல் காணாமல்
ஊர் மகிழ, நான் மகிழ
பூ மலையின் சிகரம் மகிழ
வளர்த்தேனே குவளை பூவை!

பண் அறியா குறத்தி
வெகுளி சாயம் பூசி
வேருடன் குவளையும் பறித்து
என் இதயம் கொப்புளிக்க
வாழ்வில்லா பாதையில்
ஓடுகாளியாய் சென்றாலே!

விழியும் சிவந்து
மிளிரும் அழிந்து
தவிக்கும் வாழ்வை
வழி தவறி வாழ்விழந்து
மதியிழந்து கவலை சூல
பட்ட மரமாய் இருந்தேனே!

வானம் பொழி பெற
பிறந்த பயனின் பேரு பெற
மாயவன் தோண்டியை
சீராக சிறப்பாக
வளரும் தன்மை பெறுவாய்
வளர்க்கும் மாண்பு அடையேல்
வாழ்வின் கொடுஞ்சொல்
என்றென்றும் தீபொறிக்கும்
தீரா பழிச்சொல்லாகுமே!

குறிப்பு: கடுவெளி சித்தர் இயற்றிய "நந்தவனத்திலோர் ஆண்டி" பாடலை தழுவி எழுதியது.

சொந்தத்திலே ஒரு குருவி கூடு

சொந்தத்திலே,
ஒரு குருவி கூடு
கட்டிவைத்தேன்
அதில் முட்டை சேர்த்து
குஞ்சி வளர்த்து
பறக்கவிட்டேன்
பறந்த குஞ்சு பாசமோடு
சுற்றிவந்து முத்தமிட்டு
பாடிச்சென்றது
அது பாடிச்சென்றது

கூடு சுமையாக
ஆடி நின்றது
வெறும் கூடு மட்டும்
ஆடி நின்றது
காற்று நிறைந்த வெளியில்
கூடு மட்டும்
ஆடி நின்றது

பாட்டுமில்லை
சுவையுமில்லை
குஞ்சின் நிழலுமில்லை
கூடுமட்டும் தனித்து நின்றது
ஆடி நின்றது
ஆடி நின்றது

உன்னையே நினைத்து, நினைத்து

உன்னையே நினைத்து நினைத்து காய்கிறேன்
உருகிய உறவுகள்
கண்ணில் தீந்து கருகுதே
சுட்டவுடனும், நினைவு பட்டவுடனும்
பாழும் நெஞ்சம் மறக்கலையே
அது தல்லாடி தல்லாடி
நெஞ்ச குழியிலே தவிக்குதே!

உன் புன்னகை பூரிப்பை
நெஞ்சின் கவசமாய்
செவியின் ஓரமாய்
படர்ந்த பாச வலையிலே
பனி துளிகள் சொட்டு சொட்டாய் படர்ந்து
உன் முகம் காட்டுதே

உன் மழலையோ, இசையாய்
பண் இசையாய்
மெழுகி மெழுகி சிறு குருவி நடையோடு
தடுமாறி தடுமாறி
தரைமேல் விளையாடுதே

பூ மலரும் தன் மடியில்
பூ மொட்டும் கலந்து மணக்குமே
கொடியும் சேர்ந்து குலுங்குமே
அலையும் அலை குட்டியும்
உணர்வோடு உருளுமே
ஒன்றை ஒன்று தாவி தாவி தழுவுமே
வளரும் பிறையும் நீ
பிரிந்த கண்ணோடு

மனக்கண்ணோடு விரிந்து
திரை மூடி திரை காட்டி மதியோடு முடியாமல்
உள்ளிருந்து துடி துடிக்குதே
உன் நினைவாலே மனம் வாடுதே

ஒற்றை கண் தழுவி
மற்றை கண் கருகி
கண்ணிருந்தும் பாதி குருடானாய் தவிக்கிறேன்
என் குழந்தை தன் மழலை
எனக்கில்லாமல் போனதென்ன! போனதென்ன!

தவமிருந்து பெற்ற பிள்ளை

தவமிருந்து பெற்ற பிள்ளை
தினம் தாலாட்டி வளர்த்த பிள்ளை

பத்து மாதம் சுமந்து
தலை கனம் கண்டு
பாதி தூக்கம் கெட்டு
மூச்சு புரையேறி
புவி காணாத சுமை தாங்கி
அதிலே ஒரு சுகம்
அலவிலா புதுப்புது சுகம்

அந்த மழலை கேட்டு
மயங்கா நாளில்லை
அந்த வேதனை எல்லாம்
எங்கோ மாய கனவாய் மறைந்ததுவே
புதுப்புது அர்த்தங்கள் புத்துயிர் பெற்றுதுவே

ஒளிரும் கண்கள்
சிலிர்க்கும் பூ மேனி
அலவிலா ஆனந்தம் கொணர்ந்த கண்ணனுக்கு
என்றும் கூதுகலம்
என்றும் உருகும் புன்னகை, என்ன சிரிப்பு
என்ன கலகலப்பு
என்ன படபடப்பு

குழலும் இனிக்கவில்லை
யாழும் இனிக்கவில்லை
உன் மொழி கேட்டு
உள்ளம் குளிர்ந்து
உணர்வு மேம்பட்டதே

தவமிருந்து பெற்ற பிள்ளை
தினம் தாலாட்டி வளர்த்த பிள்ளை

கொஞ்சம் பார்த்து நட

கொஞ்சம் பார்த்து நட
கெஞ்சி கேட்கிறேன்

தூரமா போற பிள்ள
பாதையிலே முள்ளோ
கல்லோ குத்திடும்
பஞ்சு போல குதி
மேலே பட்டாலே குருதி
பொங்கி குதிச்சிடும்
நேரமா போற பிள்ள
நேரம் தாண்டி போகாதே
ஓநாயும் ஆந்தையும்
காத்துகிடக்கு வழி ஓரமா
நீயும் சிட்டென்று வேகமா
பார்த்து நட கொஞ்ச தூரமா
நேத்து சொன்ன சொல்லு
ஆத்தாவிடம் போய் சொல்லு
ஆயிரந்தான் இருந்தாலும்
நீதான் என் மகள், என் புள்ள
என்னை விலக்கிவிட்டாலும்
ஒதுக்கி விட்டாலும்
நான் சிறையிலே குடியிருந்தாலும்
நீதான் என் உயிர்
ஆத்தாவிடம் போய் சொல்லு

கொஞ்சம் பார்த்து நட
கெஞ்சி கேட்கிறேன்

என்னை ஆட்கொள்ள மாட்டாயோ?

பொலிவிழந்த வாழ்க்கை
சுனை வற்றி போனதென்று
வாய்க்கால் வெட்டி
வரப்பு வளர்த்து
கருமேகம் பொழியும் என்று
காத்திருந்தேன்

வாய் தாகத்துக்கு
ஒரு நாதி கூட வரவில்லை
கூப்பிட்ட குரலுக்கு
ஒரு குருவியும் வரவில்லை
காற்று மேகமும் வந்தது
காற்றோடு தூசி புழுதியும் வந்தது

வானத்தை நோக்கி பார்த்து
"எனக்கு நிலமுண்டு
உனக்கு நீருண்டு
நமக்குள் ஏன் இந்த பசி ஏப்பம்?
நமக்குள் ஏன் இந்த காய்ந்த காற்று?"

உன்னை நினைத்து நான் நின்றேன்
என்னை நினைத்து எங்கோ சென்றாய்

நமக்குள் ஒரு பந்தம் கொண்டால்............

காற்று மழையாகி
வயலுக்கு உறமாகி
உலகம் செலிக்குமே

என்னை ஆட்கொள்ள மாட்டாயோ?

ஏன் அழுதாய்?

காலம் காலமாய்
கலங்கிய கண்களே!
கால தாமதம் பாராமல்
நீர் குழுமிய கண்களே!

காலை மாலை காரணமில்லாது
கனவாய் போன காரியமாய்
கசிந்து, கசிந்து கருகிய நெஞ்சமாய்
கண்ணை கவ்வும் மருள்
சூழ வாழ வழி கடாவது
கரைந்து உருகும்
கருவிழி கண்களே!

ஏன் அழுதாய்?

பழிச்சொல்

செக்களித்த கழிநீரே!
கழுதைக்கு பால் கொடுத்த
கருவேல முற்காம்பே!
பாதியில் சீரழிந்த
எட்டிக்காய் வடிநீரே!
சொத்தை நாற்ற எருக்கலை
வடிவழகே!

உடல் கொச்ச புண் கொண்டு
தோழு நோய் போல்
சீல் நுரை தள்ளி
ஒவ்வொறு கணமும்
காண சகிக்காமல்
கண்டவர் விலகி ஓட
சலித்து போய் கண்ணீர் சொரிய
அவதி பட்டு, அல்லல் பட்டு
மும்முறையும் சோர்வுற்று
கொடுமையில்
காணா துயரடுன்
காணப்பட்டு, அவதிப்பட்டு
கட்டேறும்பும் உன்னை
கண்டு மறைந்து ஓடும்
மடைசாதி தலை வலியே!

உனக்கு என்றும் இப்பழிச்சொல்
வாழ்நாள் தோறும் தொடருமே!

குறிப்பு: அறம் பாடி கொல்வது போல் பாடிய பாடல். தன் வாழ்வை இழிவு படுத்திய ஒரு பெண்ணை குறித்து இப்பாடல் வெளிப்படை பழிச்சொல்லாக விளங்கியது.

வேரற்ற பம்பரம்

நான் நேற்றோடு
சென்றுவிட்டேன்
நீயும் காற்றோடு
சென்றுவிட்டாய்
பகல் பார்த்த நிலவாய்
சிலை காத்த வேலியாய்
பசுமை மாறாமல்
பாசம் தீராமல்
பச்சை வண்ண தென்றல்
காதில் காதல் ஒலி
கூசி ஊர்ந்து செல்ல
நீயும் வருவாய் வருவாய்
என்று ஏங்கி ஏங்கி
ஏங்கி போனேனே!

சற்றும் மனதில் இரக்கம்
ஏதுமில்லை ஈவுமில்லை
மனதுக்கு குளிர்ச்சியில்லை
கால தாமதமாகி
கோலமும் மாறி
கனவும் கற்பனையும்
காண்பதறியா ஆவியாகி
காதலிலும் சாவிலும்
பயனுறா சாம்பலாகி
உலகமும் இதுவே
அகிலமும் இதுவே
மொழியில்லா ஊமை போல்
உலாவி திரிகிறேன்
வேரற்ற பம்பரம் போல்
பற்றற்று வாழ்கிறேன்!

சகித்து வாழும் திறன்

சகித்து கொண்டேன் சகியே!
நீ சென்ற போது
சுவையில்லை சகியே!
நீ சென்ற போது
சுகமில்லை சகியே!
நீ சென்ற போது
சாந்தமில்லை சகியே!
நீ சென்ற போது
சாகவில்லை சகியே!
நீ சென்ற போது

ஆனால்,
சகித்து வாழும் திறனும் இல்லையே
சகியே
சகித்து வாழும் திறனும் இல்லையே!

உட்கிடக்கை

பச்சை கருவேப்பிலை
நேத்து பறிச்சி வச்சேன்
பச்சரிசி நீரில் ஊர வச்சேன்
ஊசி மிளகாய் கொத்தி வச்சேன்
ஆனால் பசி எடுக்கலையே

எட்டு மிளகு எடுத்து வச்சேன்
இரண்டு திப்பிலி கலந்து வச்சேன்
ஒரு பூண்டு வறுத்து வச்சேன்
இஞ்சி இரசமோடு சுண்ட வச்சேன்
ஆனால் உடல் வலி போகலையே

கள்ளோடு தேனை கலந்து குடிச்சேன்
ஊறுகாய் நாக்கிலே தொட்டு வச்சேன்
ஆனால் போதை வரலையே

எட்டு திக்கும் தேடி பார்த்தேன்
கண்ணில் எண்ணை விட்டு பார்த்தேன்
உன்னை எங்கும் காணலையே

நட்பும் வாழ்த்தும்

"உள் ஒன்று வைத்துப் புறம்பொன்று பேசுவார்
உறவு கலவாமை வேண்டும
மதி வேண்டும் நின் கருணைநிதி வேண்டும் நோயற்ற
வாழ்வு நான் வாழ வேண்டும்"

~ *வள்ளலார்*

"ஈதல் இசைபட வாழ்தல் அதுவல்லது
ஊதியம் இல்லை உயிர்க்கு".

~ *திருக்குறள்* - 231

Source: Image redrawn from National Geographic using AI

எனது நண்பா

காலங்கள் வந்து, துயர் பலகொடுத்து
உள்ளம் வருந்தி
இருக்கையில், உயிர் பிச்சை அளித்து
மேடு பள்ளம் தாண்டி
செய்வித்தார், உயர் பல குணங்கள்
சொல்லால் மொழிந்தார்
வாழ்க்கையின் தத்துவங்கள்
மனதிலும் வித்திட்டார்.

உயர்ந்த என்னங்கள் பலவும்
எனது குடலை நிரப்பா
சோர்ந்து வரும் உள்ளுயிரும்
இந்த உடலை குறைக்க
இன் நிலை உணந்தார்
தன் நிலை மறந்து
என் நிலை கண்டு வருந்தி
நீக்குவார்; சான்றோர் என்னும் பண்பால்
துன்பங்கள் நீக்கி, இன்பங்கள் நிரப்பும்
வழி ஒன்றை தந்தார்.
இந்தா நண்பா!
எந்தன் சிறிய அன்பு பரிசு
ஆனந்த பரிசு

மறுநாளே, உளம் மாறி, உடல் தேறி
சிரித்தேனே முகமலர்ச்சியாலே
வாயார புகழ்ந்தனனே
எனது நண்பா
எனதுயிர் தந்தனையே

அருமை நட்பு

அருமை நட்பு
என பழகி வந்தேன்
அவன் வழியில் நிழல் போல
நடந்து வந்தேன்
அவனோடு கூடி நின்றேன்
தோழனுக்கு தோள் கொடுத்தேன்
அந்த மைந்தனும்
வேறுபடநின்றான்

அவன் பிடித்த முயலுக்கு
காலில்லை என்றான்
அவன் காலில் முள் பட்டது
எனக்கு தெரியனும் என்றான்
அவன் முதுகில் எரும்பு ஊரியது
ஏன் எனக்கு தெரியவில்லை என்றான்

ஆதனால், நான் கசடனோ?
நான் மூன்றும் தெரிந்தும்
நாலும் தெரியாத வஞ்சகனோ?

தலை சுற்றி நின்றேன்
நிலை தடுமாறி
எதையோ பிதற்றி
நானும் வெளி வந்தேன்

தனிமையில் இனி
இனிமை காண வேண்டுகிறேன்!

ஓங்காரா

ஓங்காரா என்னும் பெயர்கொண்டு
ஓங்கி வளர நான் ஈசனிடம்
ஒரு வரம் கேட்டேன்

ஓமென்னும் வடிவில்
நான் வந்தால்
மருகனை வேண்டி வந்தேன்
மருகனோ மாம்பழத்தை
கேட்டு நின்றான்
சுட்ட பழம் கொடுத்தால்
வாய் சுடுமே
சுடாத பழம் கொடுத்தால்
சுவைக்காதோ?
ஏன் இந்த விளையாடல்
என்று உமாதேவியை
சேவித்து நின்றேன்

"நீ ஓங்கி வளர
நின் அம்மை அப்பனை சுற்றி வா போதும்
உலகை சுற்றி வந்தார் போல் ஆகும்
அதுவே ஓங்கி வளர மெய்ப்பொருளாகும்"

ஓங்காரா என்னும் பெயர்கொண்டு நான்
வாழ்வில் ஓங்கி வளர
நிதமும் அம்மை அப்பனை
சுற்றி சுற்றி வருகிறேன்!

குறிப்பு: ஒரு நண்பனின் குழந்தைக்கு எழுதிய பெயர் வாழ்த்து மடல்

மகாதேவா! மாதேவா!!

மாதவம் செய்து
மாமனிதன் அண்ணன் அவன்
மகாதேவா என்று பெயர்பூண்டு
வழங்கிய வாழ்க்கை
ஒரு தனித்துவம் அன்றோ!

மகத்துவம் அடைந்த தனி திறமை தன் திறமை
நாடு பலன் காக்க
சிங்கை பலனுற
எழுதுகோல் கொண்டு உரைத்த
நல்லுரைகள்
தேசிய நல்லுரையே!

பண்பில்லா இழிகுணத்தார்
அன்பில்லா தருக்கன் தன் கைபட்டு
வெறும் பழி சுமற்றி
சிறை கைதி ஆக்கினாரே!

நீதி தவறிய அரசும்
நீதி மங்கிய தலைவனும்
நடமாடும் மன்றத்தில்
மகாதேவன் மாதேவனாக நின்றானே!

நடுங்கிய அரசும், நடுங்கிய தலைவனும்
மக்கள் நீதி வழங்காது
மனித நீதி மறந்து
மாதேவனை மறைத்தனரே!

சிறையில் வாழ்ந்தும்
உடலை வறுத்தியும்
உள்ளத்தை தளராது

தன் தலை குனியாது
எதிரிகளும் புகழ
வாழ்ந்து காட்டினாரே!

தாய்நாடு நலன் கருதி
வாழ்பவர் அரிது
தாய்நாடு நலன் கருதி
சிறையில் வாழ்பவர் அரிதரிதே!

சமுக நீதி கோரி சென்றவனை
கூண்டில் கரைத்து விட்டு
பல ஆண்டுகள் விடிந்து
உலகில் தள்ளி விட்டதும்
அவன் தள்ளாடவில்லை
அவன் தத்தளிக்கவில்லை
வீரனாக சென்றான்
வீரனாக வலம் வந்தான்!

அந்த வீரன், அந்த மகாதேவன்!
இன்றும் என்றும் மனதில் வாழ்வான்
அரிதான வாழ்வு அவன் வாழ்க்கை
அவன் நினைவுகள் என்றென்றும் வாழ்கவே!

குறிப்பு: அமரர் மகாதேவன் சிங்கப்பூரில் வாழ்ந்து சிங்கை சமுகத்துக்கு
உழைத்து, நேற்மையயற்ற பொறாமை காரர்களால் சிறை வதம் செய்யப்பட்டார்.
அவருடைய வாழ்க்கை வரலாற்றை எழுதி வெளியிட்ட உடன்பிறந்த தம்பி
முனைவர் அருண் பாலா அவர்களுக்கு எழுதி கொடுத்தது.

புஷ்ப லீலா அம்மையே

கருணை கைகள் காட்டி
அனைக்கும் மனம் கொண்ட
புஷ்ப லீலா அம்மையே!

யான் பெற்ற இன்பம் இவ் வையகம் பெறுக
என கொடுத்து கொடுத்து மெலிந்தாய்!
அவை யார் மனதில் வைத்தார்!
அவையிலும் அதை மறந்தார்!

தாயாக தனித்து நின்று
குடும்ப உணர்வை சீரோடு கொண்டு
மூன்று குழந்தைகளை பாராட்டி
வளர்த்த கதை மறக்கலையே!

மாணவர் இடையே மாண்பு காட்டி
மற்றவர் இடையே அன்பு காட்டி
உற்றவர் இடையே உறவு காட்டி
பகைவரும் பனிய பரிவு காட்டினாயே!

இந்த கொடிய நாட்களில்
தனியாக வாழ்ந்துவிட்டு
மறதி சூழலில் வீழ்ந்துவிட்டு
மறக்க மனமில்லால் எங்களையும் மறந்துவிட்டாயே!

உங்கள் நினைவுகள் என்றும்
உங்கள் நற்பண்புகளாகவே
எங்கள் மனதில் மணமோடு மலரும்!
மறக்காமல் நினைவில் சேரும்!

குறிப்பு: காலம் சென்ற புஷ்ப லீலா அம்மையார் எனமேல் அளவு கடந்த நம்பிக்கையும், அன்பும் வைத்தவர். பென்டாமிக் (Pandemic) சூழ்ந்த காலத்தில் தனிமையில் காலமானார். அவரால் வாழ்க்கையில் பயன்பட்டோர் ஏராளம்.

தாயின் நினைவஞ்சலி

பத்து மாதம் சுமந்த
என் தாய்க்கு நன்றி
என்னை பார்த்து
கண் சோர்ந்த
கண்களுக்கு நன்றி
எனக்கு பாடிய தாலாட்டும்
வாய்க்கு நன்றி
நாள்தோறும் என்னை திட்டிய
நாவிற்கு நன்றி

ஊட்டிய உன் விரலுக்கு
பாலூட்டிய உன் உடலுக்கு
உன் உதிர உயிரை என் உடலில் கலந்து
என்னை காத்த காவல் தெய்வத்துக்கு
நான் என்ன கைமாறு செய்வேன்?

உன் காலம் சென்றும்
என் பிள்ளை காலம் வந்தும்
என் காலமெல்லாம் உன்னை
நினைவில் கொள்வேன்!

குறிப்பு: "*கரும் ஊதாப்பூ*" என்ற புனைபெயர் கொண்ட உயர் நண்பரின் தாயார் வயதால் காலமான போது எழுதிய பாடல்.

பொதுவன

"எல்லோரும் இன்புற்று இருக்க நினைப்பதுவே
அல்லாமல் வேறொன்று அறியேன் பராபரமே".

~ *தாயுமானவர்*

Image: Wiki Commons/ Redrawn Leafy Sea Dragon using AI

எங்கு தேடுவேன்

சிந்தையில் பிறந்து
நொடி போழுதில்
எங்கே போய் ஒளிந்தாய்

நறுமண துளியோ
வெறுமன கசிந்து
பூவில் பொழிந்தாயோ

தரணி மேவும் ஆற்றின்
நுனியில் ஒர் துமி
நீர் போல் செல்வாயோ

சாரம் செய்யும் இசை
வல்லுனர் சங்கீத பாணியில்
இராக பொறியாய் மெலிந்தாயோ

எங்கு தேடுவேன், என் துளி
கவிதையை எங்கு தேடுவேன்

கீழடியின் பதில்கள்

கீழடியில் கிடைத்த பதில்கள்,
தமிழனை
மேலடியில் விட்டதடா
குதம்பாய்
மேலடியில் விட்டதடா!

புளுகி திரிந்த
எதிரி கும்பல்
ஆரிய கூத்தாடி,
வாயில் மண்ணை தின்றதடா
குதம்பாய்
மண்ணை தின்றதடா!

இன்னும் பல
உண்மைகள் வந்தாலும், பாழும் மக்கள்
மனம் மாறாதடா
குதம்பாய்
மக்கள் மனம் மாறாதடா!

குறிப்பு: இப்பாடல் குதம்பை சித்தரின் பாங்கில் எழுதியது.

சிவேனென்னு இருந்துட்டேன்

ஊருக்குள்ளே நெருப்பு
பத்தி எரிந்தப்போ
நானும் சிவேனென்னு
சிரிச்சிக்கிட்டு இருந்துட்டேன்

ஊருக்குள்ளே வெள்ளம்
பெருக்கெடுத்து ஓடினப்போ
நானும் சிவேனென்னு
சிரிச்சிக்கிட்டு இருந்துட்டேன்

ஊருக்குள்ளே பஞ்சம்
தலைவிரித்து ஆடினப்போ
நானும் சிவேனென்னு
சிரிச்சிக்கிட்டு இருந்துட்டேன்

ஊருக்குள்ளே மக்கள்
வறுமையிலே அலைஞ்சப்போ
நானும் சிவேனென்னு
சிரிச்சிக்கிட்டு இருந்துட்டேன்

எனக்குள்ளே இப்போ
கொரோனா வந்தப்போ
நானும் சிவேனென்னு
அழுதுகிட்டு இருந்துட்டேன்

தத்துவ கிருமி

கிருமி இருக்குது!
கிருமி இருக்குது!!

ஊருக்குள்ளெ இருக்குதுன்னு
ஊரெல்லாம் சொல்லராங்க

தொட்டா ஒட்டிக்கும்
பட்டா தொட்டுக்கும்
தும்பி தும்பி வந்திடும்
மாயமா வந்திடும்
மந்திர கிருமி
மாயாவி கிருமி

வந்தா உயிர் போயிடும்
கிருமியும் போயிடும்
மாய மனிதா
மாய கிருமி

ஊரெல்லாம் பயம்
ஊருக்குள்ளே பயம்
கண்ணுக்கு தெரியாத தூசிக்கு பயம்
மந்திர கிருமி
மாயாவி கிருமி

நேற்று இருந்தார்
இன்று இல்லை
என்று விளக்கும் கிருமி
கொரோனா கிருமி
அது தத்துவ கிருமி

குறிப்பு: "நெருநல் உளனொருவன் இன்றில்லை என்னும் பெருமை உடைத்து இவ் வுலகு". *திருக்குறள் எண் - 336*

வேதாள சிங்கம்

ஊருக்குள்ளே புது போக்கிரி நான்
நடந்தாலும் அடிப்பேன்
ஓடினாலும் அடிப்பேன்
தும்பினாலும் அடிப்பேன்
மூச்சு விட்டாலும் அடிப்பேன்

என்னை நினைத்தாலே
பீதி அடையும்
உடம்பு வேர்க்கும்
வாய் பேசும் பித்தர்கள்
வாய் அடைச்சு போவனும்

நான் மலை ஏறி வந்தேனா
உடல் வடவடக்கும்
நெஞ்சு கசகசக்கும்
சூடு தலைக்கேறி
உடம்பு சனியன் போல் கொதிக்கும்

என் பேரு கேட்டாலே
விட்டுக்குள்ளே ஒளிஞ்சிக்கனும்
வீதியிலே போனாலும்
உடல போத்திக்கனும்
வந்தப்போ அனாதை பூதமடா
இப்போ உலகமே குடும்பமடா
கால தேவனுக்கு தூதவன்டா

போக்கிரி, புறம்போக்கு,
சாவுகிராக்கினு சொன்னாலும்
என் பேரு கொரோனா வைரஸ்டா
பதம் பார்த்து புடம் பார்த்து
விடாமல் போவேனா?
நான் ஒரு வேதாள சிங்கமடா!

குதிரை பந்தயம்

குடு குடுவென குதித்து பாயும்
தரணியும் கட கடவென தேயும்
கால்கள் ஒடிபட எட்டி நோக்கி ஓடும்
குதிரை பந்தயந்தான் எத்துனை சுகம்

குதிரை களைப்படைந்து நின்றாலும்
இதயம் படப்படவென பாயுமே
ஏனென்றால் தான் தெரியாதோ
பணமே அதன் அருங்குணமே

பட்டுவிட்டால் ஓர் ஆயிரம்
படாவிட்டால் என்ன குற்றமா?
அது இலாபத்துள்ள சேதாரமே
இன்றில்லை நாளையுண்டு,
அது குதிரை பந்தயமே

குடி குடியை கெடுக்கும்
குதிரை குதிரையை கெடுக்குமா?
சூது சூழ்ச்சியல்ல,
சொக்கட்டான் ஆடிய அரசனும் உண்டு
அதனால் குதிரை பந்தயம், குதிரை பந்தயமே!

ஆசிரியரைப்பற்றி..........

ப. ந. நாகேஸ்வரன் (நாகேஸ்) சிங்கையில் பிறந்து, வளர்ந்து சில காலம் சென்னை பச்சையப்பன் கல்லூரியில் இயற்கை அறிவியல் முடித்துவிட்டு, அமேரிக்காவில் பொருளாதாரமும், முதுகலை வணிக மேலாண்மையும் படித்து பட்டங்கள் பெற்றுள்ளார்.

சில ஆண்டுகள் சிங்கையில் வேலை செய்துவிட்டு, சிட்னி, ஆஸ்திரேலியாவுக்கு குடிபெயர்ந்து அரசாங்க துறைகளில் மூத்த ஆலோசகராக பணி புரிந்தார்.

ஆங்கிலம், தமிழ் கவிதைகளிலும், உலக தத்துவம், அறிவியல் புதுமைகளிலும் ஆர்வம் கொண்டுள்ளார்.

அறிவார்ந்த கண்ணோட்டமும், பகுத்தறிவு முறையுமே சமுதாயத்தை நல்வழி நடத்தும் என்கிற நம்பிக்கையும் கொள்கையும் உடையவர்.

தற்பொழுது நாகேஸ் சிட்னி நகரத்தில் (ஆஸ்திரேலியா) வாழ்ந்து வருகிறார்.